SỰ NHÌN NHẬN

minh họa: Quỳnh Rùa

biên tập viên: Jessie Raymond, Brian Tutko

người soát lỗi: Gwen Peterson, Jenny Dulaney

Dịch giả và biên tập viên tiếng Việt:
Uyen Lam, Hoai Chung, vô danh

Đặc biệt cảm ơn gia đình Mitchell.

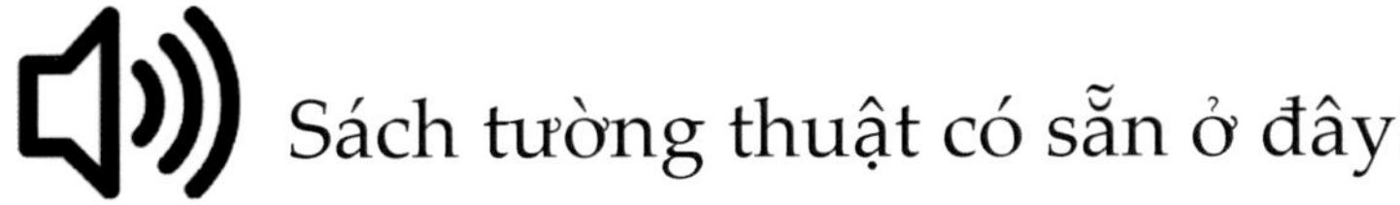 Sách tường thuật có sẵn ở đây!

https://jibberjabberblog.blogspot.com/2024/04/video-hass.html

Cô gái chăn cừu giỏi nhất vùng lại là người nhỏ nhất. Mọi người gọi cô với cái tên là "Lori Bé Nhỏ". Tuy vậy nhưng cô ấy mạnh mẽ hơn nhiều so với bề ngoài. Lori có thể chiến đấu với sư tử, chó sói và gấu bất cứ lúc nào để bảo vệ đàn cừu. Bởi vì cô dũng cảm và mạnh mẽ nên người ta trả tiền cho cô để trông coi đàn cừu của họ. Nhưng Lori cũng có một chú cừu của riêng mình, một chú cừu non tên là Maple.

Một ngày nọ, khi Lori đang ở trên cánh đồng, có hai chàng trai cưỡi ngựa đến chỗ cô. Họ dừng lại và nói rằng họ là hoàng tử. Họ hỏi Lori về hai chị gái của cô. Các hoàng tử dự tính kết hôn với hai chị của cô, nhưng hai chàng đã nghe được những tin đồn đáng lo ngại về hai cô chị. Hai chàng hoàng tử nghe nói rằng hai người chị của cô rất độc ác. Lori nói với các hoàng tử rằng những tin đồn đều là sự thật và họ không nên cưới các chị gái cô. Nếu họ quyết định cưới, cô lo sợ mạng sống của họ sẽ không được bảo toàn.

"Ý cô là gì?" một trong hai hoàng tử hỏi.

"Đây không phải là lần đầu tiên hai người chị tồi tệ và chị gái độc ác của tôi kết hôn. Hai năm trước, cả hai kết hôn với những bá tước giàu có. Vài tuần sau, chồng của họ đã biến mất bí ẩn. Năm ngoái, họ lại kết hôn với những công tước giàu có. Và rồi chồng của họ cũng lại biến mất chỉ sau vài tuần. Tôi sợ nếu hai anh cưới hai chị của tôi, hai anh cũng sẽ phải chịu số phận tương tự," Lori giải thích.

Hai hoàng tử nghe theo lời khuyên của Lori và hủy hôn ước với hai cô chị. Khi họ nghe được điều này, hai cô chị độc ác đã vô cùng tức giận. Họ vốn đã giàu có nhưng họ muốn trở thành những công nương giàu có được sống trong lâu đài và đội vương miện. Giờ đây, họ đã đánh mất cơ hội. Hai cô chị quyết định sẽ trả thù. Lori là một cô gái nghèo, nhưng hai cô chị biết rằng cô có một thứ mà cô trân trọng hơn bất cứ điều gì khác.

Khi Lori không thể tìm thấy Maple, cô nhận ra những người chị độc ác của mình đã trộm mất chú cừu của cô. Lori biết cô có thể tìm thấy chú cừu của mình ở đâu. Cách đó không xa, có một pháp sư đang sống trong một lâu đài thủy tinh. Gã pháp sư này không thích bị làm phiền. Vì lý do này, chỉ một số ít người dám đến tìm và gặp ông ta. Ông ta có khả năng biến mọi người thành đá chỉ bằng một cú búng tay. Những bức tượng đá chứa đựng phép thuật mạnh mẽ đến mức khi con người bị biến thành đá; lời nguyền đó không thể bị phá vỡ và không ai ngoài pháp sư có thể giải thoát cho họ. Lori nghe nói rằng hai người chị độc ác của cô quen biết vị pháp sư này nên cô quyết định đến gặp ông ta và xem thử ông ta có đang giữ Maple hay không.

Khi bước vào toà lâu đài thủy tinh, cô nhìn thấy rất nhiều tượng đá được sắp đặt xung quanh. Trong một đại sảnh, có những người lính bằng đá được bố trí như thể họ đang chiến đấu với nhau. Ở một đại sảnh khác, có những bức tượng đá của những người đang nhảy múa trong một vũ hội.

Lori đã nhìn thấy pháp sư đang ngồi trên ngai vàng ở sảnh chính. Phải mất một lúc ông ta mới chú ý đến Lori, vì ông ta đang ngây người nhìn vào tấm gương lớn bên cạnh.

"Ai đấy?" ông ta hỏi khi phát hiện ra Lori. "Một cô gái chăn cừu à? Ta có mấy gã chăn cừu bằng đá, nhưng chưa có cô gái chăn cừu nào cả. Ta đang tạo ra một cuộc triển lãm mới tên là "sự quyến rũ mộc mạc". Ngươi có vẻ rất phù hợp chủ đề đấy."

"Tôi không đến đây để bị biến thành đá."

"Vậy thì ngươi hãy tự giải thích nhanh lên và đừng làm ta phiền chán."

"Tôi đang tìm con cừu của tôi. Tôi nghĩ các chị của tôi đã trộm nó đi và họ đã bán nó cho ông".

"Ừ, ta biết các chị của ngươi. Chắc hẳn ngươi là con út trong gia đình. Ái chà, ngươi thực sự nhỏ bé như suy nghĩ của ta vậy." ông ta thở dài, "Bọn họ đã bán cho ta một con cừu. Ta đã biến nó thành đá và thêm nó vào bộ sưu tập sự quyến rũ mộc mạc của ta rồi".

"Ông phải trả chú cừu lại cho tôi."

"Đừng tự đề cao mình như thế," ông ta phàn nàn.

"Họ đã trộm chú cừu và bán nó đi. Họ không có quyền bán nó. Tôi sẽ lấy lại bằng bất cứ giá nào – "

"Thật sự sao? Bất cứ giá nào hả? Chà, chuyện này có vẻ càng ngày càng thú vị đấy."

Pháp sư búng ngón tay và con cừu đá xuất hiện trước mặt Lori.

"Đây có phải là người bạn của ngươi không?"

"Đúng thế! Maple ơi!"

Pháp sư lại búng ngón tay và con cừu biến mất trước khi Lori kịp ôm lấy nó.

"Ông đã đưa nó đi đâu rồi?"

"Ta sẽ cho ngươi biết ta sẽ làm gì," pháp sư trả lời. "Hãy chơi một trò chơi. Trò này sẽ giúp ta hết buồn chán. Ngươi phải tìm con cừu của mình. Thậm chí ta sẽ nói cho ngươi biết ta đã giấu nó ở đâu. Ta đã đặt nó vào nhà của các nàng tiên. Nếu vào cuối ngày hôm nay ngươi mang con cừu về cho ta, ta sẽ trả nó lại cho ngươi. Nếu không, ta sẽ giữ nó lại và biến ngươi thành đá".

"Tôi không chấp nhận giao ước này. Maple là con cừu của tôi, không phải của ông," Lori phản đối.

"Nhằm ý ta rồi. Ta không cho ngươi lựa chọn. Ta *sẽ* biến ngươi thành đá, vì vậy tốt nhất là ngươi nên chạy ngay đi tìm Mabel - Marble, hay bất cứ cái tên ngớ ngẩn nào ngươi đặt cho con cừu.bé nhỏ của mình."

Sau đó Lori đã chạy nhanh ra khỏi lâu đài. Gã pháp sư nhếch mép cười nhưng vẫn thấy nhàm chán. Ông ta lại búng tay và hai người chị độc ác của Lori xuất hiện trước mặt ông ta.

"Ông muốn gì?" người chị tồi tệ hỏi.

"Hai ngươi đang khiến ta ngày càng thất vọng đấy," pháp sư phàn nàn. "Đầu tiên, ngươi hứa với ta sẽ đưa về hai hoàng tử để ta thêm vào bộ sưu tập "Sảnh Hoàng Gia" của mình. Than ôi, bây giờ cái sảnh đó còn chưa được hoàn thiện."

"Nhưng - "

"Đừng ngắt lời ta. Ngươi cũng đã bán cho ta một con cừu không phải của ngươi. Ngươi có biết ăn trộm là sai không? Chậc. Chậc. Và bây giờ em gái của ngươi đã đến đây làm phiền ta. Ta đã phải nói với con bé ấy rằng ta sẽ trả lại nếu nó tìm được con cừu. Nếu con bé tìm thấy nó, ta sẽ lại thiếu một bức tượng khác. Các ngươi cần phải tìm cách ngăn chặn cô ta và còn phải làm cho chuyện đó thú vị nữa đấy".

"Chúng tôi biết cách ngăn chặn con bé," chị gái độc ác nói. "Có một sinh vật cũng khinh bỉ nó như chúng tôi vậy. Tên hắn là Sói Lớn Xấu Xa. Tôi chắc chắn hắn sẽ giúp ích."

"Ồ vâng, ta giữ tên Sói Lớn Xấu Xa đó. Hắn đang ở trong "Phòng Kẻ Săn Mồi" của ta. Ta cho rằng ta có thể hóa giải bùa chú và để hắn tự do thực hiện nhiệm vụ này."

Pháp sư búng tay và một bức tượng sói lớn bằng đá xuất hiện. Pháp sư búng tay lần nữa và tảng đá vỡ vụn, để con sói thoát ra ngoài. Hắn ta giũ chiếc áo khoác bẩn thỉu và xoay cổ.

"Nghe này, Sói Lớn Xấu Xa," pháp sư nói. "Nếu ngươi tìm thấy và ăn thịt Lori Bé Nhỏ, ngươi sẽ được thả tự do."

"Này ông bạn, tôi giờ không còn ăn thịt con người nữa," con sói giải thích. "Vì lý do nào đó, chúng tích tụ thẳng vào phần hông của tôi, nên tôi bắt đầu chế độ ăn kiêng mới này đây –"

"Trừ khi ngươi làm theo lời ta, nếu không sẽ bị biến trở lại thành đá."

"Chà, chắc là ta sẽ không ăn chay một ngày vậy."

Con sói chạy ra khỏi lâu đài để bắt Lori. Pháp sư bảo hai chị em độc ác đừng rời đi. Ông ta nhìn vào chiếc gương thần của mình và thấy Lori đang chạy xuyên qua khu rừng. Một nụ cười nham hiểm hiện ra trên khuôn mặt ông ta. Sau cùng thì chuyện này có vẻ thú vị rồi đây.

Lori chạy một lúc rồi dừng lại để thở. Cô đứng yên chỉ một phút trước khi nghe thấy một tiếng gầm gừ trầm thấp phát ra từ bụi cây.

"Ai đó?" cô hỏi.

"Tôi đây, chú rồng của khu rừng," một giọng nói vang lên.

Mũi Lori giật giật và cô hít một hơi.

"Sói Lớn Xấu Xa, ta biết đó là ngươi."

Con sói bước ra khỏi bụi rậm.

"Này Lori Bé Nhỏ, dạo này cô thế nào rồi? Làm sao cô biết đó là ta?"

"Ta có thể ngửi thấy mùi của ngươi. Ngươi lúc nào cũng có mùi thịt xông khói béo ngậy."

"Ồ đúng rồi, chắc là mùi đầu xả của tôi. Thật tuyệt phải không? Nó không chỉ 100% vô cơ mà còn thuần chay nữa đấy".

"Mỡ từ thịt xông khói không phải là món thuần chay và dù sao thì cậu cũng sẽ không ăn chay. Cậu là một con sói. Lúc nào cậu cũng cố ăn thịt bầy cừu của tôi."

"Ừ, nhưng ta vẫn là sói ăn chay vì tôi không ăn thịt bò. Ta chỉ ăn cừu, lợn, gà và kẹo dẻo."

"Nghe này, Sói, ta không có thời gian để nói chuyện. Tôi phải đi."

"Ồ, về chuyện đó. . . Tôi e là cô không thể. Pháp sư nói rằng sẽ biến ta trở lại thành đá trừ khi ta ăn thịt cô. Thật là đáng đáng tiếc."

"Ta tưởng ngươi là sói ăn chay."

"Ta đã sẵn sàng để tạo ra một ngoại lệ."

"Ít nhất hãy cho ta bắt đầu sớm trước 10 giây nhé. Hãy nhắm mắt lại và đếm đến mười."

"Được thôi. Đôi chân của cô bé nhỏ lắm. Cô sẽ không chạy được xa đâu." Hắn nhắm mắt lại. "10, 9, 8, 7, 5, 4, 2, 6, 3, 1…" con sói đếm.

Sói Lớn Xấu Xa mở mắt và cố gắng nhảy nhưng phát hiện ra hắn đã bị mắc kẹt. Lori đã buộc cái đuôi dài của hắn quanh một cái cây nhỏ và con sói không giỏi giải quyết các nút thắt. Hắn phải mất mười phút mới gỡ được đuôi của mình và đuổi theo cô. Nhưng lúc này Lori đã gần tới nhà của các nàng tiên.

Tuy vậy, ngay trước khi đến ngôi nhà, mũi Lori giật giật và cô ấy hít một hơi. Cô lại ngửi thấy mùi thịt xông khói béo ngậy. Cô quay lại và thấy con sói đang chạy về phía mình. Cô giữ chặt cây gậy chăn cừu của mình đúng lúc con sói nhảy lên. Lori nhảy ra khỏi đường và vung cây gậy của mình đập vào chân trước của con sói.

"Ối!" hắn hét lên. "Ngón chân của ta! Tại sao cô cứ luôn đánh vào ngón chân tội nghiệp của ta vậy chứ?"

"Ta không có thời gian đâu Sói," Lori cảnh báo. "Ta cần tìm chú cừu của mình trước khi ngày hôm nay kết thúc. Tránh đường cho ta, nếu không ta cũng sẽ đánh vào chân còn lại của ngươi."

Con sói lẩn đi mất khi Lori gõ cửa. Các nàng tiên để cô đi vào trong. Cô nói với các nàng tiên rằng cô đang tìm kiếm chú cừu non của mình. Các nàng tiên nói rằng cô có thể tìm quanh toàn bộ ngôi nhà của họ, nhưng cô không được phép mở cánh cửa màu xanh lam. Cánh cửa đó dẫn tới phòng bánh kếp. Không ai được phép đi vào đó.

Lori tìm kiếm khắp nơi trong ngôi nhà trừ phòng bánh kếp ra, nhưng không tìm thấy Maple. Bạn có thể đoán được tên pháp sư đã đặt con cừu của cô ở đâu phải không? Ừ thì, Lori cũng đã hiểu ra. Vì vậy, cô bước đến chỗ cánh cửa màu xanh và vặn tay cầm cọt kẹt. Cô ngó vào bên trong nhưng không thấy gì cả. Sau đó cô bước vào và nhìn xung quanh. Cô không thấy con cừu của mình đâu cả. Cô cũng không thấy cái bánh kếp nào cả nên không biết tại sao lại gọi nơi này là phòng bánh kếp nữa.

Khi cô đi loanh quanh trong căn phòng và đi vòng qua góc tường, cô tìm thấy bức tượng Maple bằng đá. Đột nhiên, cánh cửa đóng sầm lại và Lori nghe thấy một giọng nói cảnh báo điềm gở.

"Cô đã được cảnh báo rằng không được bước vào căn phòng này. Bây giờ cô sẽ trở nên phẳng lì như một chiếc bánh kếp!"

Những bức tường bắt đầu chuyển động. Trong lúc hoảng sợ, Lori lao về phía bức tượng Maple. Cô vòng tay quanh nó và kéo. Mặc dù Lori rất khỏe nhưng cô không đủ sức để nhấc nó lên. Cô ngả người ra sau và bắt đầu từ từ kéo Maple về phía cánh cửa. Các bức tường ngày càng ép chặt vào nhau hơn, và cô sắp hết không gian rồi! Cô sẽ không thể đi đến cánh cửa kịp thời trừ khi bỏ rơi Maple và tất nhiên là Lori sẽ không bao giờ làm như thế.

Trong lúc đó, pháp sư đang theo dõi Lori cố gắng đấu tranh từ chiếc gương ma thuật của mình. Ông ta trông khá hứng thú. Hai chị em độc ác nhìn vào gương, họ cũng vui mừng khi thấy Lori có thể sẽ biến mất. Khi những bức tường xung quanh Lori và Maple ép lại gần hơn, pháp sư búng tay và biến Lori thành một bức tượng đá. Ông ta không muốn cô bị đè bẹp dí lại. Vì như vậy sẽ làm hỏng vẻ ngoài của bức tượng.

Những bức tường tiếp tục khép vào, nhưng rồi chúng dừng lại. Chúng không thể bóp nát bức tượng đá không thể bị phá vỡ. Điều này đã tạo ra một nghịch lý kỳ diệu. Những bức tường được cho là sẽ đè bẹp bất cứ ai bước vào, nhưng những bức tượng đá ma thuật lại không thể bị phá vỡ được. Những bức tường tách ra, và tảng đá vỡ vụn. Các loại bùa phép đảo ngược lẫn nhau. Lori và Maple đã được tự do, và những bức tường không thể làm tổn thương được họ nữa.

Pháp sư lại búng tay và Lori xuất hiện trước mặt ông, ôm con cừu non của cô. Hai người chị của cô cau mày thất vọng.

"Đây không phải là điều ta dự tính," ông ta nói.

"Ông đã thất hứa," Lori cau mày. "Ông đã nói sẽ cho tôi thời gian đến cuối ngày trước khi biến tôi thành đá."

"Thì sao? Đáng lẽ ngươi không nên tin ta. Mẹ ngươi chưa bao giờ dặn ngươi không được tin người lạ sao? Chút nữa ta sẽ đối phó với ngươi.

Pháp sư búng tay, biến hai người chị độc ác của Lori thành đá.

"Bọn chúng thật đáng thất vọng," pháp sư giải thích.

Mũi Lori giật giật và cô ấy hít một hơi.

"Còn Sói Lớn Xấu Xa thì sao?" cô hỏi. "Ông có định giữ lời hứa với cậu ta không?"

"Ờ. Ta không hứa hẹn với mấy con sói lông xù. Hắn có thể trở lại bộ sưu tập của ta, nơi hắn thuộc về."

Đột nhiên, con sói nhảy ra từ phía sau ngai vàng và nuốt chửng pháp sư chỉ trong một cú cắn. Con sói và Lori sau đó quyết định đình chiến và đi theo con đường riêng của họ. Hắn ta đi tìm bữa tối với món gà và không bao giờ tấn công Lori hay đàn cừu của cô nữa. Lori và Maple vui vẻ trở về nhà và tất nhiên là sống hạnh phúc mãi mãi.

Hết.

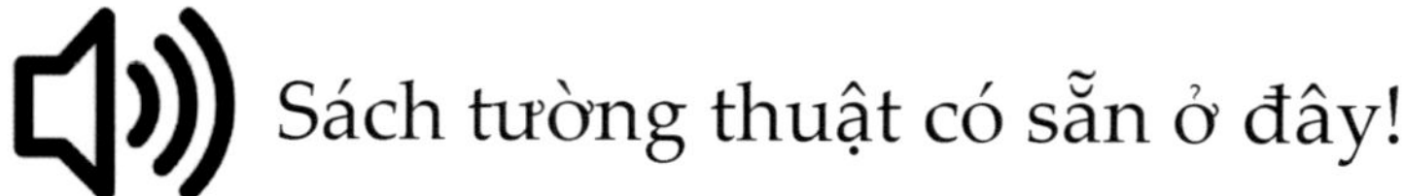 Sách tường thuật có sẵn ở đây!

https://jibberjabberblog.blogspot.com/2024/04/video-hass.html